# பட்டணத்தில் பூதம் 2.0

நாடகம்

சந்திரமோகன்

| | | |
|---|---|---|
| பட்டணத்தில் பூதம் 2.0 | : | நாடகம் |
| ஆசிரியர் | : | சந்திரமோகன் |
| | : | © ஆசிரியருக்கு |
| முதற்பதிப்பு | : | ஆகஸ்ட் 2024 |
| தலைப்பு மற்றும் அட்டை வடிவமைப்பு | : | லிஃப்னி கெஸ்ரோன். ம |
| உள் படங்கள் | : | பிள்ளை |
| வெளியீடு | : | வம்சி புக்ஸ் |
| | | 19, டி.எம்.சாரோன், |
| | | திருவண்ணாமலை - 606 601 |
| | | 9445870995, 04175-235806 |
| அச்சாக்கம் | : | மணி ஆப்செட், சென்னை - 600 077 |
| விலை | : | ₹ 70/- |
| ISBN | : | 978-93-93725-60-8 |

| | | |
|---|---|---|
| Pattanathil Bootham 2.0 | : | Nadagangal |
| Author | : | Chandra mohan |
| | : | © Author |
| First Edition | : | August 2024 |
| Tittle and Wrapper Design | : | Lifni Kesron. M |
| Inner Illustrations | : | Pillai |
| Published by | : | Vamsi books |
| | | 19.D.M.Saron, |
| | | Tiruvannamalai - 606 601 |
| | | 9445870995, 04175 - 235806 |
| Printed by | : | Mani Offset, Chennai - 600 077 |
| | : | ₹ 70 /- |
| ISBN | : | 978-93-93725-60-8 |

www.vamsibooks.com - e-mail: kvshylajatvm@gmail.com

இந்த பிரம்மாண்டமான நாடகத்தை முதல் முதலாக
மேடையில் நிகழ்த்திய புஷ்பலதா பள்ளிக்கு...

## கதை சுருக்கம்

ஒரு பள்ளியில் நடைபெறும் கதை திருவிழாவில் பூதங்கள் பற்றி கதை சொல்லும் கதைசொல்லியிடம் மாணவர்கள் ஆர்வமாக பூதங்கள் பற்றி கேட்க.

அதை பூத உலகத்தில் இருந்து வந்து அங்கே ஒளிந்திருக்கும் பறக்கும் பாய்கள் கேட்டுக் கொண்டிருக்கிறது. அந்தப் பறக்கும் பாய் குழந்தைகளிடம், தங்கள் பூதம் ஒன்று ஒரு மனிதனிடம் அடிமையாக இருப்பதாகவும் அந்த பூதத்தை பயன்படுத்தி அந்த மனிதன் உலகத்திற்கு மிகத் தீங்கான செயலை செய்ய திட்டமிடுவதாகவும் அந்த பூதத்தை காப்பாற்ற குழந்தைகளின் உதவி வேண்டும் என்றும் கேட்கிறது.

குழந்தைகள் பூதத்தை காப்பாற்றினார்களா? அந்த மனிதன் உலகத்திற்கு செய்ய நினைக்கும் தீங்கு என்ன? பூதத்தையே அடிமைப்படுத்தி வைத்திருக்கும் ஒருவன் குழந்தைகளை என்ன செய்வான்? குழந்தைகள் தப்பித்து பூதத்தைக் காப்பாற்ற பறக்கும் பாய்கள் என்ன செய்தது? என பூத உலகின் சுவாரஸ்ய சமகாலப் பயணம் இந்த பட்டணத்தில் பூதம் 2.0.

சந்திரமோகன்

காட்சி-1

இடம் : பள்ளி வளாகம்
பங்குபெறும் கதாபாத்திரங்கள்:
கதை சொல்லி கி.ரா மற்றும் மாணவர்கள்

அறிவிப்பாளர்: அனைவருக்கும் வணக்கம்! இன்றைய கதை சொல்லல் திருவிழாவில் நமக்குப் பாடல் பாடி பூதங்களை பற்றி கதை சொல்ல வருகிறார்கள் தமிழகத்தின் புகழ்பெற்ற கதைசொல்லி கி.ரா மற்றும் குழுவினர். உங்களின் பலத்த கரவொலியோடு அவர்களை அன்போடு வரவேற்போம்.

(கதைச் சொல்லி முடித்த பிறகு கதைச் சொல்லியிடம் குழந்தைகள்)

(பாடல்) குழந்தை: பூதங்களெல்லாம் உண்மையாகவே இருக்கா?

குழந்தை: அதான

கி.ரா: கதையில இருக்கு. கதை இருக்குனா ஏதோ காரணம் இருக்கும்னுதானே அர்த்தம்.

கி.ரா: காரணம் இல்லாமல் கதை இல்லை. கதை இல்லாமக் காரணமும் இல்ல. மித்.. இந்த பழங்காலக் கதைகளுடைய இயல்பே அப்படித்தான். அதை முழுமையா ஏத்துக்கவும் முடியாது; முழுமையா மறுக்கவும் முடியாது.

சந்திரமோகன்

சந்திரமோகன்

மாணவர்: அப்போ.. பூதங்களெல்லாம் திரும்பி வரலாம்னு சொல்றீங்களா?

கி.ரா.: கதைதான... வரலாம்.... வர்றதுக்கான தேவை இருந்துச்சுனா... கண்டிப்பா வரலாம்.

## காட்சி-2

**இடம்: நூலகம்**
**பங்குபெறும் கதாபாத்திரங்கள்:**
**மாணவர்கள் மற்றும் பறக்கும் பாய் (மேட்)**

மேட்: ஜாடிக்குள்ள பூதம் இருக்குனு தெரிஞ்சுகிட்ட ஒருத்தன், அந்தப் பூதத்த அடிமையாக்கி இந்த உலகத்துக்கே கெட்டதுசெய்ய நினைக்கிறான். அந்தப் பூதத்தக் காப்பாத்த நீங்க எல்லாரும் என் கூட வருவீங்களா?

மாணவர் : உங்களுக்குச் சத்தம் கேட்டுச்சா?

மாணவர்கள்: ஆமா கேட்டுச்சி

மாணவர்: யாரோ ஒருத்தங்க பூதத்த அடிமைப்படுத்தி வச்சிருக்காங்க.பூதத்தக் காப்பாத்த வாங்கனு கேட்டுச்சா?

மாணவர்கள்: ஆமா கேட்டுச்சி.. கேட்டுச்சி..

மாணவர்: அதெப்படி ஆளே இல்லாத ரூம்ல சத்தம் கேட்கும்?

| | |
|---|---|
| மேட்: | அதெப்படி தானா கேட்கும்? நாமதான் கேட்க வைக்கணும் |
| மாணவர்: | என்ன மேட்டு பேசுது... |
| மேட்: | இது பூதக்கத. எல்லாமே பேசும். |
| மாணவர்: | பேசும் பேசும். யாரோ என்ன நல்லா ஏமாத்திகிட்டு இருக்காங்க. |
| மேட்: | நாங்க உண்மையிலே மேட்டுதான்... |
| மாணவர்: | சரி... நாங்க இப்ப என்ன செய்யணும்? |
| மேட்: | இந்த உலகத்தக் காப்பத்தணும். |
| மாணவர்: | என்ன இந்த உலகத்தக் காப்பாத்தணுமா? இந்த உலகத்தக் காப்பாத்றதுலாம் இருக்கட்டும். இப்போ எங்ககிட்ட இருந்து உங்களை யார் காப்பாத்தறானு பார்ப்போம். |
| குழு: | மேட், அங்க ஒரு மேட்.. இங்க ஒரு மேட். ஆ... எவ்வளவு மேட். யாராவது எங்களக் காப்பாத்துங்க. |
| மாணவர் : | சொல்லுங்க இப்ப நாங்க என்ன செய்யணும்? |
| மேட் : | நீங்களெல்லாம் என்கூட வந்து என் பூத நண்பனக் காப்பத்தணும். |
| மாணவர்: | பூதங்களே ரொம்ப சக்தி வாய்ந்தது. அதுவே கஷ்டப்பட்டுத்தான் காப்பாத்தும். நாங்க மனுஷங்க, அதிலும் குழந்தைங்க. எங்களால எப்படிக் காப்பாத்த |

முடியும்? எங்களக் கூப்பிடறதுக்குப் பதிலா நீங்களே போய்க் காப்பாத்திக்க வேண்டியதுதானே.

மேட்: அதெல்லாம் எனக்குத் தெரியாது. உங்களைக் கூட்டிட்டு வரணும். அதுதான் எனக்கு வந்த உத்தரவு... (மாணவர்கள் அழுகின்றனர்)

மேட் : குழந்தைகளே அழாதீங்க. நீங்க கதை சொல்லியிடம் பேசிக்கிட்டு இருந்ததை நாங்க கதைக்குள்ளே இருந்து கேட்டோம். உங்களுக்குப் பூதங்களப் பார்க்கணும்ங்ற ஆசை இருக்கிறதையும் புரிஞ்சுகிட்டோம். அதுதான் உங்களைக் கூட்டிட்டுப் போக வந்திருக்கோம்.

**மாணவர்:** அப்படினா நீங்க எங்க எல்லாரையும் பூதக்கதைக்குள்ள கூட்டிட்டுப் போகப் போறீங்களா?

மேட்: ஆமா, பறக்கலாமா?

**மாணவர்கள்:** பறக்கலாமே...

## காட்சி-3

**இடம்: ஹன்சாவேளி பள்ளத்தாக்கு**
**பங்குபெறும் கதாபாத்திரங்கள்:**
**ஹன்சாவேளி மக்கள், அரசன், அரசருக்கு அரசன் மற்றும் குழந்தைகள்**

**மாணவர்கள்:** ஓ... இதுதான் ஹன்சாவேளியா?

**ஹன்சாவேளி மக்கள்:** ஜூவொலாஜியா ஜியா, சியாகா மியாகா,சுபாகா கியா கியா, சியாகா சியா, மீசாகா மீசா, குவைன் குவைனன்,குவான் குவான், இதாகோ ஆம்ஜா

**மாணவர்கள்:** அய்யய்யோ! இவங்க பேசுற மொழி வேற புரியலயே! நாங்க எப்படி பூதத்தக் காப்பத்த போறோம்.

**மேட்:** இவங்க எல்லாரும் ஹன்ஷாவேளிக் காரங்க.. இவங்க பிரூனிஸ்கி மொழியில பேசுறாங்க. நான் போடப் போறமந்தரத்தால இவங்க பேசுறதெல்லாம் தமிழ் மொழியில கேட்கும்.

**மாணவர்கள்:** அதெப்படி?

**மேட்:** நாங்கலாம் பூதங்க. இடம், காலம், நேரம் எல்லாத்துக்கும் அப்பாற்பட்டவங்க.

**மாணவர்கள்:** ஆமா நீங்களெல்லாம் யார்? பார்க்கப் புதுசா இருக்கிறீங்க. எங்க இருந்து வரீங்க?

**ஹன்சாவேளி மக்கள்:** நாங்க பிரூனிஸ்கி மொழியில பேசுறவங்க. ஆமா, நீங்க எல்லாம் யாரு? வேற்றுக்கிரகவாசிகளா? எங்களைக் கைது பண்ண வந்திருக்கீங்களா? ப்ளீஸ்! ப்ளீஸ்! இன்னைக்கு மட்டும் கைது பண்ணாதீங்க?

**மாணவர்கள்:** ஏன்

**ஹன்சாவேளி:** ஏன்னா? எங்க வீட்ல ரொம்பநாள் கழிச்சி இன்னைக்குத்தான் பூரி சுடுறாங்க. ஐயோ, ஐயோ... இந்த இடத்தோடு பேரு ஹன்சாவேளி பள்ளத்தாக்கு. சரி எங்களுக்கெல்லாம் என்ன வயசு இருக்கும்னு கண்டபிடிங்க பார்ப்போம்

**மாணவர்கள்:** ஒரு இருபது.

**ஹன்சாவேளி:** இல்ல இல்ல எங்களுக்கு 80 வயது ஆகுது. நாங்க எப்படி இவ்வளவு இளமையா இருக்கோம்னு தெரியுமா?

**மாணவர்கள்:** தெரியாதே

**ஹன்சாவேளி:** ஏன்னா நாங்க இமயமலைப் பனிக்கட்டியில் இருந்து உருகி வருகிற தண்ணியத்தான் குடிப்போம். அதுலதான் குளிப்போம். அதான் நாங்க இன்னும் இவ்வளவு இளமையா இருக்கோம். அப்புறம் இந்த இடத்துக்கு மகிழ்ச்சிப் பள்ளத்தாக்குனு ஒரு பேரு இருக்கு. அதாவது ஏன்னு தெரியுமா?

**மாணவர்கள்:** தெரியாதே!

**ஹன்சாவேளி:** ஏன்னா நாங்களெல்லாம் எப்போதும் மகிழ்ச்சியா இருப்போம் (சிரிப்பு)

**ஹன்சாவேளி:** இருங்க இருங்க இந்த மகிழ்ச்சியெல்லாம் அரசரின் அரசர் வருகிற வரைக்கும்தான்...

**மாணவர்கள்:** அரசரின் அரசரா?

**ஹன்சாவேளி:** சூசூசூசூ எல்லாரும் அமைதியா இருங்க. அரசரின் அரசர் வாராரு..

**அரசர்:** அரசரின் அரசர் வாழ்க! வாழ்க! அனைவருக்கும் வணக்கம்! நான் இந்த நாட்டின் அரசர் என்ற முறையில் உங்களைச் சந்திப்பதில் மிக்க மகிழ்ச்சி. நான் இந்த நாட்டை நம் அரசரின் அரசர் ஆணைப்படி ஆண்டு வருகிறேன். இப்போது உங்கள் முன்னால் நம்

நாட்டின் அரசரின் அரசர் உரையாற்றுவார். அரசரின் அரசர் வாழ்க வாழ்க...

**அரசரின் அரசர்:** என் அருமை மக்களே! நான் எப்படி நம் நாட்டில் உள்ள நீரை மறைய வைத்துத் திரும்ப வரவழைத்தேனோ, அதே போல வருகின்ற பௌர்ணமி அன்று மற்ற நாட்டில் உள்ள அரசர்களையும் அரசிகளையும் வரவழைத்து அவர்கள் முன்பு இதே அதிசயத்தைக் காண்பிக்கப் போகிறேன். அவர்களிடம் ஒரு கூட்டம் நடத்தி அவர்களுடைய நாட்டையும் நமது நாட்டையும் சேர்த்து ஒரு மாபெரும் சாம்ராஜ்யத்தை உருவாக்க உள்ளேன். அவர்களை வரவேற்கவும் மகிழ்விக்கவும் மக்களாகிய நீங்கள் தயாராக இருக்கவும்.இது அரசரின் அரசராகிய என் உத்தரவு!

**வீரர்கள்:** அரசரின் அரசர் வாழ்க! வாழ்க!

**மாணவர்கள்:** என்ன நடக்குது இங்க? எனக்கு ஒன்னுமே புரியலயே ஏன் ராஜா இன்னொருத்தருக்கு பூ
போட்டுக்கிட்டே வாராரு?

**மாணவர்:** இதான் ஹன்சாவேளி. இன்னும் இங்க மன்னராட்சிதான் இருக்கு. அங்க வந்தார் பார்த்தியா அவருதான் ராஜா.. ஆனா, மத்தவங்க யாருனு தெரியலயே? நாம அங்க போய்ப் பார்ப்போம்.

**மாணவர்:** எனக்கு என்னமோ அவரு மேலதான் சந்தேகமா இருக்கு. ஒரு வேள அவருதான் பூதமா இருப்பாரோ?

| | |
|---|---|
| மாணவர்: | இல்ல இல்ல. இவரப் பாத்தாலாம் பூதம் மாரி தெரியலயே! |
| மாணவர்: | இவரப் பின்தொடரணும் ஆனா எப்படி? |
| மேட்: | அதான் நாங்க இருக்கோம்ல. மேட், மேஜிக் மேட் பறக்கலாமா? அரசரின் பாதாள அறைக்கு. |
| மாணவர்கள்: | பறக்கலாமே! |

## காட்சி-4

இடம்: அரசரின் பாதாள அறை
பங்குபெறும் கதாபாத்திரங்கள்:
அரசரின் அரசன், அரசரின் உதவியாளர்
சேனாதிபதிகள், பூதம் மற்றும் மாணவர்கள்

| | |
|---|---|
| அ.அ: | ஏ பூதமே, என் கண்முன்னே வா. |
| நீல பூதம்: | அலக்சியம் பலக்சியம் பிலக்சியம். நான் இங்கதான் இருக்கிறேன் என்னைக் கண்டுபிடியுங்க பார்க்கலாம். |
| அ.அ: | ஏ பூதமே, விளையாடமல் என் கண் முன்னே வா. |
| நீல பூதம்: | ஒன்று நான் வேலை செய்ய வேண்டும், இல்லையென்றால் நான் விளையாட வேண்டும். இப்போது எனக்கு எந்த வேலையும் இல்ல. என்னுடன் விளையாடுங்கள் அரசரே |
| அ.அ: | இந்த பூதங்களே இப்படிதான் அலாவுதீன் கதையில அலாவுதீன் ஒருமுறை நீருக்குள் விழுந்தான். அலாவுதீனுடைய மந்திர பாய் அந்த விளக்கைக் |

கொண்டு வந்தது. அந்த விளக்கிலிருந்து நீ வெளியே வந்து, அலாவுதீன் உன்னை அழைத்ததாகக் கூறிக்கொண்டு அலாவுதீனைக் காப்பாற்றினாய். இப்படிப் பலமுறை செய்து பூத உலகத்தின் விதிமுறைகளை மீறினாய். அதனால்தான், நீ பூத உலகத்திற்குச் செல்லாமல் இங்கே என்னிடம் வந்து மாட்டிக்கொண்டாய். இன்னும் நீ திருந்தவில்லையா? இப்போது என் கண் முன்னே வா!

**பூதம்:** அலக்சியம் பலக்சியம் பிலக்சியம். உத்தரவு ஆலம்பனா.

**அ.அ:** ஆமா இது யாரு?

**அ. உதவியாளர்:** இது பூதம். நான் பூதத்தோட அசிஸ்டெண்ட்.

**அ.அ:** இங்க பூதத்திற்கே வேலையில்லை.. இதுக்கு அசிஸ்டெண்ட் வேறயா?

**அ. உதவியாளர் :** அதாவது என்னய மாதிரி...

**அ.ஆ:** ஏ பூதமே... எப்படி முதல் வரத்துல இந்த நாட்டில் உள்ள நீர மறையவச்சி வரவழைச்சியோ, அதேபோல இரண்டாவது வரம் கேட்குறேன் கேட்டுக்கோ. இரண்டாவது வரத்துல வருகின்ற பௌர்ணமி அன்று மற்ற நாட்டில் உள்ள அரசர்களும் அரசிகளும் நம்ம நாட்டுக்கு வருவாங்க. அவர்கள் முன்னும் இதே அதிசயத்தைச் செய்து காண்பிக்கணும். இத மட்டும் நீ சரியா செய்தால் மூனாவது வரமாகிய நீ திரும்பவும் பூத உலகத்திற்குச் செல்ல வேண்டிய வரத்தை நான் கூடிய சீக்கிரம் கேட்பேன். இதுல எதாவது தப்பு

செய்தால் நீ திரும்பவும் பூத உலகத்திற்குச் செல்லாமல் இங்கேயே இருக்க வேண்டியதுதான்,

**அ. உதவியாளர்:** அரசரே... அரசரே, எனக்கு ஒரு சின்னச் சந்தேகம். நீங்க எவ்வளவு பெரிய அரசர். நீங்க எதுக்குச் சாதாரண பூதத்துகிட்ட போய் கெஞ்சிகிட்டு இருக்கீங்க. அதுக்கு நேரடியாகவே அரசருக்கெல்லாம் அரசராகணும் என்ற வரத்தைக் கேட்கவேண்டியதுதானே.

**அ.அ:** முட்டாளே! பூதங்கள் மறையும்போது பூதங்கள் செய்த அதிசயங்கள் எல்லாம் மறையணும்னு இருந்தா... அதற்குதான் மக்கள் முன்பு நான் இந்த அதிசயத்தை நிகழ்த்திக் காண்பிக்கிறேன். மக்கள் என்னை அரசருக்கு அரசராக ஏற்றுக் கொள்வார்கள். அதுமட்டுமல்ல மக்கள் என்னக் கடவுளாக நம்புவார்கள். இதெல்லாம் உனக்கு எப்படிப் புரியும்?

**அ. உதவியாளர் :** ஆம், புரியுது அரசரே!

**சேனாதிபதி:** பூதமே, எல்லா பூதக்கதையிலும் பூதம்தான் வித்தை காட்டுகிறது. இந்த முறை நான் உனக்கு வித்தை காட்டட்டுமா?

**பூதம்:** அய்யோ வேண்டாம்! வேண்டாம்!

**பூத உதவியாளர்:** நீங்க சும்மா இருங்க, காட்டுங்க காட்டுங்க.

**சேனாதிபதி:** நண்பர்களே தயாரா?

**சேனாதிபதிகள்:** தயார்.

(கிளிகள் சேனாதிபதிகளின் கைகளில் அமர்ந்து அரசர் அரசர் என்று சொல்கிறது)

வீரர்கள்: வாழ்க! வாழ்க!

சேனாதிபதி: எப்படி இருந்தது என் வித்தை

உதவியாளர் பூதம்: அற்புதம்... அபாரம்... அதிசயம்.. நீங்களும் தான் காண்பிக்கிறேங்களே. நான் இனிமேல் உங்க கூட அசிஸ்டண்டா வந்துர்றேன்.

சேனாதிபதி: பூதமே.. இதுதான் வரும் பௌர்ணமி அன்று நம் அரசர்காண்பிக்கப்போகிற வித்தை.

சேனாதிபதி: அன்று இப்பறவை வந்து அமர்ந்தால் அவரேஅரசராகத் தேர்ந்தெடுக்கப்படுவார்.

சேனாதிபதி: அவர்தான் இந்த உலகத்தில் அரசரின் அரசராக முடிசூட்டப்படுவார்.

கிளி: அரசரின் அரசர்... அரசரின் அரசர்... அரசரின் அரசர்...

வீரர்கள்: வாழ்க வாழ்க... வாழ்க வாழ்க... வாழ்க வாழ்க...

சேனாதிபதி: பூதமே, இப்போது நீ சென்று ஓய்வெடு. இல்லையெனில் பௌர்ணமி அன்று நீ தூங்கிவிட்டால், நாங்களா சென்று நீரை உறிய முடியும்?

சேனாதிபதிஅனைவரும்: அதானே நாங்களா சென்று நீரை உறிய முடியும்?

உதவியாளர்: நான் சொன்னா எங்கங்க கேட்கிறாரு.. நல்லா சொல்லுங்க...

| | |
|---|---|
| மேட்: | பூதமே என் பூத நண்பனே... |
| உதவியாளர் பூதம்: | தலைவரே! தலைவரே! யாரோ நம்மளக் கூப்புடுறாங்க. |
| பூதம்: | நம்மள யாரு கூப்பிடுவா? |
| மேட்: | பூதமே என் பூத நண்பனே! எங்களயெல்லாம் மறந்திட்டியா? |
| பூதம்: | நண்பர்களே எங்கே இருக்கிறீர்கள்? என்னைச் சோதிக்காமல் என் முன்னே வந்துவிடுங்கள். (மேட் வந்து நின்றன) மேட் என்னைப் பார்க்க இவ்வளவு தூரம் வந்திருக்கியா? எனக்கு ரொம்ப சந்தோசம். |
| மாணவர்: | நட்பெல்லாம் இருக்கட்டும். |
| மாணவர்: | இப்போம் நீங்க என்ன பண்றீங்கனு உங்களுக்குத் தெரியுதா? |
| மாணவர்: | அந்தக் கெட்டவன இந்த உலகத்தோட கடவுளாக்க நீ உதவி செய்ற... |
| மாணவர்: | உங்களுக்கெல்லாம் மூளை இல்லையா? நீங்களெல்லாம் சுயமாச் சிந்திக்க மாட்டீங்களா? |
| மாணவன்: | அவன் ராஜாவாவான் அது உங்களுக்குச் சரியா பூதங்களெல்லாம் கெட்டதுதான்னு ஆவும். அது உங்களுக்கு சரியா? |
| மாணவன்: | இனிமேல் எழுதுற எல்லாக் கதைகளிலுமே பூதங்களெல்லாம் கெட்டதுணு எழுதுவாங்க அது சரியா? |

| | |
|---|---|
| மாணவன்: | இந்த ஒரு பூதத்தால பூத இனத்துக்கே அவமானம். அது சரியா? |
| மேட்: | நாங்க என்ன பண்ணுவோம்? உங்களக் கூட்டிட்டு வர்றதே எங்களுக்கு வந்த உத்தரவுதான். |
| பூதம்: | நான் மட்டும் ஏன் மாறணும்? நான் பார்க்குற மரங்களும் அப்படித்தான் இருக்கு. நான் பார்க்குற இந்த உலகமும் ஒரே மாதிரிதான் இருக்கு. நான் மட்டும் ஏன் மாறணும்? |
| மேட்: | அதானே! நாங்க மட்டும் ஏன் மாறணும்? நாங்களெல்லாம் அப்படியேதான் இருப்போம். |
| உதவியாளர் பூதம்: | எல்லாரும் போங்க. யாரோ வர்றமாதிரி இருக்குது. |
| மாணவர்: | ஐயோ! இந்த பூதந்தான் யோசிக்கவே மாட்டக்குதே. பூதம் யோசிச்சாத்தானே நாம விடுதலை வாங்கிக் கொடுக்க முடியும்.? |
| மாணவர்: | எனக்கு ஒரு யோசனை.... ஆனா மறந்திருச்சே.. |
| மாணவர்: | ஆஆ... எனக்கு ஒரு யோசனை ஆனா அது வேலைக்காகாதே. |
| மாணவர்: | நாம யோசிக்குறோம். நம்மால் யோசிக்க முடியுது. ஆனா இந்த பூதம்தான் யோசிக்க மாட்டேங்குதே. |
| மாணவன்: | பூதத்த ஏன் எதுக்கு எப்படினு யோசிக்க வைக்கணும்... |
| மாணவன்: | நாம யோசிச்சிக் கண்டுபிடிச்சே ஆகணும். கண்டுபிடிக்கலன்னா நாம இங்க வந்து ஒரு புரோசனமும் இல்ல. |

| | |
|---|---|
| மாணவன்: | அதெப்படி முடியும் பூதத்தச் சிந்திக்க வைக்கணும். ஆனா எப்படிச் சிந்திக்க வைக்கிறது? |
| மாணவன்: | ஆ எனக்கு ஒரு யோசனை. பூதம் சொல்லிச்சுல்ல… அது பார்த்த மரம் அப்படியே நிக்கிதுனு… ஒருவேள மரமெல்லாம் நடந்து வந்துச்சுனா… |
| (குழு: ஆஆஆ…) | |
| மாணவன்: | ஆனா மரங்களெல்லாம் எப்படி நடக்கும்? |
| மாணவன்: | அதுக்குத்தான் நம்மகிட்டு இருக்குதே… மேட்… மேஜிக் மேட் |
| காவலர்கள்: | பூதமே பூதமே, எங்களக் காப்பாத்து இந்த மாதிரி ஒன்ன பார்த்தது இல்ல. மரங்ளெல்லாம் நடந்து வருது. |
| உதவியாளர் பூதம்: | தலைவரே! தலைவரே! மரமெல்லாம் நடக்கிறது. |
| பூதம்: | மரங்களெல்லாம் நடக்கிறதா? மரங்கள் ஏன் நடக்கிறது? என்கிட்ட ஏதாவது சொல்ல முயற்சி செய்தா? ஓ.. நான் யோசிக்கணுமா? அவ என் ஆலம்பனானா அவன் சொல்றத நான் கேட்கணுமா? இந்த உலகத்துக்குக் கெட்டது செய்யச் சொன்னா நான்செய்யணுமா? இனிமேல் அவன் சொல்றது எதுவுமே நான் செய்ய மாட்டேன். |
| அ.அ: | சபாஷ் ! நீ சிந்திக்க தொடங்கிட்டியா? அந்த குழந்தைகளை இழுத்துட்டு வாங்க. |
| குழந்தைகள்: | பூதமே, எங்களக் காப்பாத்து. |
| அ.அ: | என்ன நடந்தது சேனாதிபதி? |

சேனாதிபதி: அரண்மனையைச் சுற்றி ஏதே வினோதமாக நடப்பதை உணர்ந்து வந்தேன்.

சேனாதிபதி: இங்கு வந்து பார்த்தால் ஏதோ மரங்களெல்லாம் நடக்கின்றன...

சேனாதிபதி: பூதம் சிந்திக்கிறதாம்.

சேனாதிபதி: ஏதோ குழந்தைகளெல்லாம் சுற்றிக் கொண்டு இருக்கிறார்களாம்.

அ.அ: அதிர்ச்சிமேல் அதிர்ச்சி. சிந்திக்கத் தொடங்கிய பூதமே, இதே போல் நீ செய்தால் இந்தக் குழந்தைகள் தண்டிக்கப்படுவார்கள். அதுமட்டுமல்ல நீ பூதலோகத்துக்குச் செல்ல முடியாது. சிந்திக்கத் தொடங்கிய பூதமே இப்ப நீ சிந்தித்துப்பார்.

மேட்: பூதமே, உன்னக் காப்பாத்துறதுக்கு இந்தக் குழந்தைகளைக் கூட்டிட்டு வந்தோம்.

மேட்: இப்போம் இவங்கள யாரு காப்பாத்த போறா?

மேட்: அதானே, இப்ப நம்மளால என்ன செய்ய முடியும்?

மேட்: பூதமே, உன்னால சிந்திக்க முடியுமே சிந்தி.

பூதம்: என்னால என்ன செய்ய முடியும்? என்னால எதுவுமே சிந்திக்க முடியலயே... அரசர் சொல்றதத்தான் நான் செய்ய முடியும்.

மேட்: பூதத்தின் தலைவன் என்னை பூமிக்கு அனுப்பும்போது உனக்கு எது சாபமாச்சோ அதுவே உனக்கு வரமா வரும்னு சொன்னார்.

பூதம்: நா என்ன செஞ்சேன். பல விதிமுறைகளை மீறுனேன். ஆ... ஒரு தடவ ஆலம்பனா சொன்னாருனு என்னவிட சக்தி வாய்ந்த பூதத்த உருவாக்குனேன்.

மேட்: அப்ப நீ உருவாக்குன சக்தி வாய்ந்த பூதத்தக் கூட்டிட்டு வந்தா

மேட் அனைத்தும்: இந்தக் குழந்தைகளைக் காப்பாற்றி விடலாம்

மேட்: ஆனா, அந்தப் பெரிய பூதம் எங்க இருக்கும்?

மேட்: அதக் கண்டிப்பாத் தேடி கண்டுபிடிப்போம்.

# காட்சி-5

இடம்: அரண்மணியின் விழா அரங்கம்
பங்குபெறும் கதாபாத்திரங்கள்:
பல்வேறு நாட்டு அரசர்கள், அரசிகள் அரசர்,
அரசரின் அரசர் சேனாதிபதிகள், சிகப்பு பூதம் மற்றும் மாணவர்கள்.

சேனாதிபதி: இந்த பௌர்ணமி நாளன்று இங்கு கூடியிருக்கும் பிறநாட்டு அரசர்களையும் அரசிகளையும் ஹன்சாவேளி வரவேற்கிறது. கொண்டாட்டம் தொடங்குகிறது.

(பாடல்)

அரசரின் உதவியாளர்: அரசர் வாழ்க வாழ்க...

ஹன்சாவேளி அரசர்: அரசரின் அரசர் ஆணைப்படி இங்கு வந்திருக்கும்

பிறநாட்டு அரசர்களையும் அரசிகளையும் அன்புடன் வரவேற்கிறேன்.

**அரசரின் உதவியாளர்:** சேனாதிபதி

**வீரர்கள்:** வாழ்க வாழ்க

**சேனாதிபதி:** வரலாற்றுச் சிறப்புமிக்க இத்தருணத்தில் இங்கு கூடியிருக்கும் அனைத்து அரசர்களையும் அரசிகளையும் என் நாட்டின் சார்பாக வரவேற்கிறேன். தற்பொழுது என் நாட்டின் அரசரின் அரசர் வரலாற்றுச்சிறப்புமிக்க உரையை நிகழ்த்துவார்.

**அ.அ:** எனது ஆருயிர் மக்களே! எனது அன்புச் சொந்தங்களே! மற்றும் எனது அழைப்பை ஏற்று வந்த அரசர்களே! அரசிகளே! இப்பொழுது உங்களுக்கு ஒன்றை அறிவிக்கிறேன். இப்பொழுது உங்கள் நாட்டில் உள்ள நீர் நிலைகளில் உள்ள நீர் உறியப்பட்டுவிட்டது.

**அரசர்:** தண்ணீரில்லாமல் நம் நாட்டு மக்கள் என்ன செய்வார்கள்?

**அரசி:** என்ன நடக்கிறது? ஒன்றுமே புரியவில்லையே?

**அரசி:** அது எப்படி ஒருவனால் ஒரு நாட்டின் நீரை உறியவும் மறைய வைக்கவும் முடியும்?

**அ.அ:** சற்றுப் பொறுங்கள்.. இந்த அதிசயத்தையும் காணுங்கள்.

**அரசர்:** என்ன பறவைகள் எல்லாம் பறந்து வருகிறது. எங்கே செல்கிறது? (அ.அ. தோளில் பறவைகள் வந்து அமர்கின்றன.)

| | |
|---|---|
| அ.அ: | அதெப்படி ஒருவனால் நீரை உறிய முடிகிறது. நீரை வரவழைக்க முடிகிறது. அவன் மீது பறவைகள் அமர்கிறது. அப்படி என்றால் அவன் யார்? நான் யார்? நான்தான் கடவுள். |
| அரசர்: | ஓ.. இப்படி மாயாஜாலம் செய்வதற்குதான் எந்தவித நவீன தொழில்நுட்பத்தையும் பயன்படுத்தாத இந்த ஹன்சாவேளியைத் தேர்ந்தெடுத்தானா? |
| அரசி: | உன் பைத்தியகாரத்தனத்துக்கு அளவே இல்லையா? |
| அரசி: | மகாராணியாரே! சற்றுப் பொறுமையாக இருங்கள். நீரில்லாமல் மக்கள் என்ன செய்வார்கள்? |
| அ.அ: | உங்களது நாட்டிலுள்ள நீர் உங்களுக்குத் திரும்பக் கிடைக்க வேண்டுமென்றால் உங்களது நாட்டின் அரசரின் அரசராக என்னை ஏற்றுக்கொள்ள வேண்டும். |
| அரசர்: | எனக்கு உத்தரவிட நீ யார்? என்னிடம் முறையாகப் பேசாவிட்டால் என் வாளுக்கு இரையாவாய். |
| மற்றொரு அரசர்: | நானும் ஒத்துக் கொள்ள மாட்டேன் |
| குழு: | நாங்களும் ஒத்துக் கொள்ள மாட்டோம். |
| அரசர்: | நாட்டின் தண்ணீரை மறைய வைத்தது மட்டுமல்லாமல் எனக்கே உத்தரவிடுகிறாயா? |
| மற்றொரு அரசர்: | உன்னால் என்ன செய்ய முடியுமோ செய்துபார். |
| அ.அ: | (கைதட்டி) யார் அங்கே? இவர்களை இழுத்துச் செல்லுங்கள். |

| | |
|---|---|
| அரசி: | எத்தனை அயோக்கியத்தனமான வேலை செய்கிறார் இவர். |
| அரசர்: | இவன் நம்மை நிர்பந்தப்படுத்துகிறானே! |
| அரசி: | நமக்கும் வேறு வழியில்லை. அவர் சொல்வதை நாம் ஒத்துக்கொண்டுதான் ஆக வேண்டும். |
| அரசர், அரசிகள்: | நாங்களும் ஒத்துக்கொள்கிறோம். நீங்கள்தான் எங்கள் நாட்டின் அரசரின் அரசர். |
| அரசரின் உதவியாளர்: | அரசரின் அரசர் வாழ்க! வாழ்க! |
| மேட்: | குழந்தைகளே எங்கே இருக்கிறீர்கள்? |
| குழந்தைகள்: | நாங்கள் இங்கேதான் இருக்கிறோம். |
| மேட்: | விளக்கைத் திறங்கள். இதற்குள் புதிய பூதம் இருக்கிறது. |
| குழந்தைகள்: | புதிய பூதமே வெளியே வா. |
| சிவப்புப் பூதம்: | இதோ வந்துவிட்டேன். ஆலம்பனா ஆணையிடுங்கள்... |
| குழந்தை: | நான்தான் ஆலம்பனா... நான்தான் ஆலம்பனா.... அந்தப் பூதம் மறைய வைத்த இவர்களின் தேசத்தின் நீரை திரும்ப வரவை. |
| சிவப்புப் பூதம்: | இதோ உத்தரவு. அலக்சியம் பலக்சியம் பிலக்சியம்... |
| அரசர்: | இதோ நீர் வந்துவிட்டது. |
| மற்றொரு அரசர்: | நமது நாட்டின் நீர் நமக்கே கிடைத்துவிட்டது |

| | |
|---|---|
| அரசர்: | ஆனால் எப்படி? |
| குழந்தை: | இவன் மீது மட்டும்தான் பறவை வந்து அமருமா? மற்ற அனைவர் மீதும் பறவை வந்து அமரட்டும். |
| சிவப்புப் பூதம்: | ஓ... பறவைகள் வேண்டுமா? உத்தரவு. அலக்சியம் பலக்சியம் பிலக்சியம் (பறவைகள் வருகின்றன) |
| அரசர்: | என்ன! பறவைகளெல்லாம் பறந்து வருகிறது. |
| அரசி: | எவ்வளவு பறவைகள்! இவையெல்லாம் நம் மீது வந்து அமருமா? |
| மற்றொரு அரசி: | இதோ அமர்ந்துவிட்டதே. |
| அரசர்: | அப்படியென்றால் இவன் கடவுள் இல்லையா? பூதத்தை வைத்து ஏமாற்றினானா? |
| மற்றொரு அரசர்: | ஆமாம். |
| அ.அ: | நிறுத்துங்கள். குழந்தைகளே இப்படிச் செய்யாதீர்கள். நாம் இருவரும் சேர்ந்து ஆட்சி புரியலாம். |
| குழந்தை: | ஆஹா! மிக்க மகிழ்ச்சி! |
| மற்றொரு குழந்தை: | இப்போ நாமதான் சேர்ந்து ஆட்சி செய்யப் போறோமே. உன் பூதம் இங்கே எதற்கு? அதை பூதலோகத்திற்கே அனுப்பிவிடலாமே! |
| அ.அ: | ஏ பூதமே, இங்கே வா. |
| பூதம்: | அலக்சியம் பலக்சியம் பிலக்சியம்... |

சந்திரமோகன்

அ.அ: பூதமே உன் பூத உலகத்திற்குச் செல்...

பூதம்: அலக்சியம் பலக்சியம் பிலக்சியம், உத்தரவு ஆலம்பனா, எங்களை விடுவித்ததற்கு நன்றி நண்பர்களே!

அ.அ: இப்போதுதான் நான் எனது பூதத்தை அனுப்பிவிட்டேனே. உங்களது பூதத்தையும் நீங்கள் அனுப்பி விடலாமே!

குழந்தை: ஆம் சரி. சிவப்புப் பூதமே நீ பூதலோகத்திற்குச் செல்லலாம். ஆனால் நீ செல்லும்போது உன் கருணை உள்ளத்தோடு இந்த அரசரின் அரசரையும் உன் கூடவே அழைத்துச் செல்.

அ.அ: குழந்தைகளே இப்படிச் செய்யாதீர்கள். இதை நிறுத்துங்கள்.

குழந்தை: அரசரின் அரசரே நீர் கவலைப்படாதீர்? உங்களுக்குத் தேவையானால் அடுத்த பாகத்தில் பூதமாக அழைத்துக் கொள்கிறோம்.

சிவப்புப் பூதம்: அரசரின் அரசரையுமா? இதோ உத்தரவு, அலக்சியம் பலக்சியம் பிலக்சியம்

அரசர்: பூதம் வந்ததுதான் வந்தது. நீரின் அருமை நம் எல்லோருக்கும் புரிந்துவிட்டது.
உண்மையாகவே இவ்வாறு பூதம் வந்து நீர் உறியப்பட்டால் நம் நிலைமை என்னவாகும்?

மக்கள்: பூதங்களெல்லாம் உண்மையாகவே இருக்கா இல்லையானே தெரியல. ஆனா ஒரு மனிதனுக்கு

எப்போது பேராசை வருகிறதோ அப்போதே அவன் ஒரு பெரிய பூதமாக மாறுகிறான். அப்படிப்பட்டவன் மத்தவங்களைப் பற்றி யோசிக்கிறதே இல்லை. அதனால், அவன் சுயநலவாதி ஆகிறான். இப்போது நம் நாட்டில் உள்ள நீர்நிலைகள்ல உள்ள தண்ணீரெல்லாம் இந்தக் கதையில் வருகிற மாதிரி மறைஞ்சிச்சுனா நம்மால் திரும்பி கொண்டுவர முடியுமா?

**அரசி:** இனி ஹன்சாவேளியை அந்நியர் யாரும் ஆட்சிசெய்ய மாட்டார்கள். மக்கள் அனைவரும் சுதந்திரமாக வாழலாம்.

**ஹன்சாவேளி மக்கள்:** அப்படினா நம்ம ஹம்சாவேளியின் சுதந்திரத்தக் கொண்டாடலாமா?

**குழந்தை:** கொண்டாடலாமே. இருங்க இருங்க இருங்க. எல்லாரும் இருக்கோம். ஆனால் மேட்டை மட்டும் காணுமே.

**மேட்:** ஐயோ குழந்தைகளே! இயற்கைக்கு மாறாக மரங்களை நடக்க வைத்ததால் எங்களையம் ஜாடிக்குள் அடைத்து விட்டார்கள். குழந்தைகளே எங்களைக் காப்பாற்றுங்கள். காப்பாற்றுங்கள்.

**குழந்தை:** அப்படினா நாங்க எப்படி எங்கள் ஊருக்கு போவோம்?

**மேட்:** எங்களைக் காப்பாற்றினால்தான் நீங்கள் உங்கள் ஊருக்குப் போக முடியும்

**குழந்தை:** என்னது... அப்போ அது பாகம் மூனுலயா!

(திரை)